ĐÀO TẠO LÃNH ĐẠO CẤP TIẾN

HƯỚNG DẪN THAM DỰ

Đào Tạo Lãnh Đạo Cấp Tiếp
Hướng dẫn tham dự

Tác giả: Tiến sĩ Daniel B. Lancaster

Được xuất bản bởi: T4T Press

In lần đầu năm 2012

ISBN 978-1-938920-89-9 printed

Mục Lục

Đào Tạo

Các Nguồn Khác

1

Lời Chào Mừng

Đào tạo viên và lãnh đạo giới thiệu nhau trong bài học đầu tiên. Lãnh đạo sẽ được học về sự khác nhau giữa phương pháp Hy Lạp và phương pháp đào tạo của Hê-brơ. Chúa Giê-su đã áp dụng cả hai phương pháp, chúng ta nên làm theo Ngài. Phương pháp Hê-brơ có hiệu quả nhất trong đào tạo lãnh đạo và được sử dụng nhiều nhất trong *Đào Tạo Lãnh Đạo Cấp Tiến*

Mục tiêu của bài học nhằm giúp các lãnh đạo hiểu được Kế Hoạch Của Chúa Giê-Su vươn ra toàn thế giới. Năm bước của kế hoạch bao gồm: Lớn Mạnh Trong Chúa, Loan Báo Tin Mừng, Đào Tạo Môn Đệ, Thành Lập Các Nhóm Trở Nên Các Hội Thánh, và Đào Tạo Các Nhà Lãnh Đạo. Các lãnh đạo ôn lại những bài học trong *Phần 1 của Khóa Đào Tạo Theo Chúa Giê-su: Đào Tạo Môn Đệ Cấp Tiến* là trang bị cho các tín hữu để thành công trong từng bước của kế hoạch của Người. Lãnh đạo cũng thực hành đưa ra tầm nhìn của việc theo Kế Hoạch Của Chúa Giê-Su. Buổi học kết thúc bằng một cam kết theo Chúa Giê-su và vâng lời Người mỗi ngày.

CA TỤNG

KHỞI ĐẦU

Giới Thiệu Các Đào Tạo Viên

Giới Thiệu Lãnh Đạo

Chúa Giê-Su Đã Đào Tạo Các Lãnh Đạo Như Thế Nào?

KẾ HOẠCH

Ai Xây Dựng Nên Hội Thánh?

–MÁT-THÊU 16:18–
CÒN THẦY, THẦY BẢO CHO ANH BIẾT: ANH LÀ PHÊ-
RÔ, NGHĨA LÀ TẢNG ĐÁ, TRÊN TẢNG ĐÁ NÀY, THẦY SẼ
XÂY HỘI THÁNH CỦA THẦY, VÀ QUYỀN LỰC TỬ THẦN
SẼ KHÔNG THẮNG NỔI.

Tại Sao Người Xây Dựng Hội Thánh Lại Quan Trọng?

–THÁNH VỊNH 127:1–
VÍ NHƯ CHÚA CHẲNG XÂY NHÀ, THỢ NỀ VẤT VẢ CŨNG LÀ UỔNG CÔNG. THÀNH KIA MÀ CHÚA KHÔNG PHÒNG GIỮ, UỔNG CÔNG NGƯỜI TRẤN THỦ CANH ĐÊM.

Chúa Giê-Su Xây Dựng Hội Thánh Của Người Như Thế Nào?

1. _____

–LU-CA 2:52–
CÒN ĐỨC GIÊ-SU, NGÀY CÀNG THÊM KHÔN NGOAN, THÊM CAO LỚN VÀ THÊM ÂN NGHĨA ĐỐI VỚI THIÊN CHÚA VÀ NGƯỜI TA.

–LU-CA 4:14–
ĐƯỢC QUYỀN NĂNG THẦN KHÍ THÚC ĐẨY, ĐỨC GIÊ-SU TRỞ VỀ MIỀN GA-LI-LÊ, VÀ TIẾNG TĂM NGƯỜI ĐỒN RA KHẮP VÙNG LÂN CẬN.

🖐 Đưa hai tay vào tư thế như một người đàn ông mạnh mẽ.

2. _____

–MÁC-CÔ 1:14, 15–
SAU KHI ÔNG GIO-AN BỊ NỘP, ĐỨC GIÊ-SU ĐẾN MIỀN
GA-LI-LÊ RAO GIẢNG TIN MỪNG CỦA THIÊN CHÚA.
NGƯỜI NÓI: "THỜI KỲ ĐÃ MÃN, VÀ TRIỀU ĐẠI THIÊN
CHÚA ĐÃ ĐẾN GẦN. ANH EM HÃY SÁM HỐI VÀ TIN
VÀO TIN MỪNG".

🖐 Vung tay ra như thể đang gieo hạt.

3. _____

–MÁT-THÊU 4:19–
NGƯỜI BẢO CÁC ÔNG: "CÁC ANH HÃY THEO TÔI,
TÔI SẼ LÀM CHO CÁC ANH THÀNH NHỮNG KẺ LƯỚI
NGƯỜI NHƯ LƯỚI CÁ".

🖐 Đặt tay lên ngực rồi chuyển sang tư thế thờ phượng.
Đặt tay lên eo rồi chuyển sang tư thế cầu nguyện. Chỉ
tay lên đầu rồi hạ xuống như thể bạn đang đọc sách.
Đưa hai tay vào tư thế như người đàn ông mạnh mẽ
rồi vung tay như thể đang gieo hat.

4. _____

–MÁT-THÊU 16:18–
CÒN THẦY, THẦY BẢO CHO ANH BIẾT: ANH LÀ PHÊ-
RÔ, NGHĨA LÀ TẢNG ĐÁ, TRÊN TẢNG ĐÁ NÀY, THẦY SẼ
XÂY HỘI THÁNH CỦA THẦY, VÀ QUYỀN LỰC TỬ THẦN
SẼ KHÔNG THẮNG NỔI.

🖐 Dùng hai tay tạo một hành động như thể bạn đang mời gọi mọi người quây quần quanh bạn.

5. _____

–MÁT-THÊU 10:5-8–
ĐỨC GIÊ-SU SAI MƯỜI HAI ÔNG ẤY ĐI VÀ CHỈ THỊ RẰNG: "ANH EM ĐỪNG ĐI VỀ PHÍA CÁC DÂN NGOẠI, CŨNG ĐỪNG VÀO THÀNH NÀO CỦA DÂN SA-MA-RI. TỐT HƠN LÀ HÃY ĐẾN VỚI CÁC CON CHIÊN LẠC NHÀ ÍT-RA-EN. DỌC ĐƯỜNG HÃY RAO GIẢNG RẰNG; NƯỚC TRỜI ĐÃ ĐẾN GẦN. ANH EM HÃY CHỮA LÀNH NGƯỜI ĐAU YẾU, LÀM CHO KẺ CHẾT SỐNG LẠI, CHO NGƯỜI PHONG HỦI ĐƯỢC SẠCH BỆNH, VÀ KHỬ TRỪ MA QUỶ. ANH EM ĐÃ ĐƯỢC CHO KHÔNG, THÌ CŨNG PHẢI CHO KHÔNG NHƯ VẬY".

🖐 Đứng nghiêm và chào như một người lính.

Câu Kinh Thánh Ghi Nhớ

–THƯ THỨ NHẤT GỬI TÍN HỮU CÔ-RIN-TÔ 11:1–
ANH EM HÃY BẮT CHƯỚC TÔI, NHƯ TÔI BẮT CHƯỚC ĐỨC KI-TÔ.

THỰC HÀNH

KẾT THÚC

CHÚA GIÊ-SU NÓI "HÃY THEO THẦY"

–MÁT-THÊU 9:9–

BỎ NƠI ẤY, ĐỨC GIÊ-SU ĐI NGANG QUA TRẠM THU THUẾ, THÌ THẤY MỘT NGƯỜI TÊN LÀ MÁT-THÊU ĐANG NGỒI Ở ĐÓ. NGƯỜI BẢO ÔNG: "ANH HÃY THEO TÔI!" ÔNG ĐỨNG DẬY ĐI THEO NGƯỜI.

2

Đào Tạo Như Chúa Giê-Su

Một vấn đề thường gặp trong việc phát triển các Hội Thánh hay nhóm là nhu cầu về nhiều nhà lãnh đạo tốt hơn. Những nỗ lực nhằm đào tạo lãnh đạo thường thất bại nhanh chóng vì chúng ta không có một phương pháp đơn giản để áp dụng. Mục tiêu của bài học này là trình bày phương pháp mà Chúa Giê-su đã đào tạo các nhà lãnh đạo để chúng ta có thể học theo Ngài.

Chúa Giê-su đào tạo các nhà lãnh đạo bằng cách hỏi về tiến độ truyền giáo của họ và thảo luận bất cứ vấn đề nào họ gặp phải. Ngài cũng cầu nguyện và giúp họ lên kế hoạch để đẩy mạnh công tác truyền giáo. Một phần quan trọng trong việc đào tạo của họ là thực hành những kĩ năng cần thiết cho các sứ vụ trong tương lai.Ở bài học 2, các lãnh đạo áp dụng phương pháp lãnh đạo cho nhóm của mình như Kế Hoạch Của Chúa Giê-Su nhằm vươn ra toàn thế giới. Cuối cùng, các lãnh đạo thiết kế nên một "Cây đào tạo" nhằm hỗ trợ việc phối hợp đào tạo và cầu nguyện cho những lãnh đạo đang thực hiện công việc đào tạo.

CA TỤNG

TIẾN TRIỂN

VẤN ĐỀ

KẾ HOẠCH

Ôn tập

Lời chào mừng
Ai xây dựng Hội Thánh?

Tại sao điều đó lại quan trọng?

Chúa Giê-Su xây dựng Hội Thánh của Người như thế nào?

—Thư thứ nhất gửi tín hữu Cô-rin-tô 11:1—Anh em hãy bắt chước tôi, như tôi bắt chước Đức Ki-tô.

Chúa Giê-Su Đã Đào Tạo Các Lãnh Đạo Như Thế Nào?

–LU-CA 10:17–

NHÓM BẢY MƯƠI HAI TRỞ VỀ, HỚN HỞ NÓI: "THƯA THẦY, NGHE ĐẾN DANH THẦY, CẢ MA QUỶ CŨNG PHẢI KHUẤT PHỤC CHÚNG CON".

1. _____

🖐 Lăn hai tay lên nhau và di chuyển hướng lên.

–MÁT-THÊU 17:19–
BẤY GIỜ CÁC MÔN ĐỆ ĐẾN GẦN HỎI RIÊNG ĐỨC GIÊ-SU RẰNG: "TẠI SAO CHÚNG CON ĐÂY LẠI KHÔNG TRỪ NỔI TÊN QUỶ ẤY?"

2. _____

🖐 Đặt hai tay lên hai bên đầu và làm như đang giựt tóc.

–LU-CA 10:1–
SAU ĐÓ, CHÚA CHỈ ĐỊNH BẢY MƯƠI HAI NGƯỜI KHÁC, VÀ SAI CÁC ÔNG CỨ TỪNG HAI NGƯỜI MỘT ĐI TRƯỚC, VÀO TẤT CẢ CÁC THÀNH, CÁC NƠI MÀ CHÍNH NGƯỜI SẼ ĐẾN.

3. _____

🖐 Xòe tay trái ra giả làm tờ giấy và dùng tay phải "viết" lên.

–GIO-AN 4:1-2–

NHÓM PHA-RI-SÊU NGHE TIN ĐỨC GIÊ-SU THÂU NẠP VÀ LÀM PHÉP RỬA CHO NHIỀU MÔN ĐỆ HƠN ÔNG GIO-AN (THỰC RA, KHÔNG PHẢI CHÍNH ĐỨC GIÊ-SU LÀM PHÉP RỬA, NHƯNG LÀ CÁC MÔN ĐỆ CỦA NGƯỜI).

4. _____

🖐 Di chuyển tay lên xuống như thể bạn đang nâng vật nặng.

–LU-CA 22:31-32–

RỒI CHÚA NÓI: "SI-MON, SI-MON ƠI, KÌA XA-TAN ĐÃ XIN ĐƯỢC SÀNG ANH EM NHƯ NGƯỜI TA SÀNG GẠO. NHƯNG THẦY ĐÃ CẦU NGUYỆN CHO ANH ĐỂ ANH KHỎI MẤT LÒNG TIN. PHẦN ANH, MỘT KHI ĐÃ TRỞ LẠI, HÃY LÀM CHO CÁC ANH EM CỦA ANH NÊN VỮNG MẠNH"

5. _____

🖐 Tạo tư thế "cầu nguyện" với hai tay đưa gần mặt.

Câu Kinh Thánh Ghi Nhớ

–LU-CA 6:40–

CROSS REFERENCES: LUKE 6:40 : MT 10:24; JN 13:16; 15:20
MÔN ĐỒ KHÔNG HƠN THẦY, NHƯNG NGƯỜI NÀO
ĐƯỢC HUẤN LUYỆN ĐẦY ĐỦ THÌ CŨNG CÓ THỂ ĐƯỢC
NHƯ THẦY. (BẢN DỊCH 2011)

THỰC HÀNH

KẾT THÚC

Cây Đào Tạo

3

Dẫn Dắt Như Chúa Giê-su

Chúa Giê-su Ki-tô là vị lãnh đạo vĩ đại nhất mọi thời đại. Không ai có ảnh hưởng đến con người nhiều hơn và thường xuyên hơn Người. Bài học 3 giới thiệu bảy đặc điểm của một nhà lãnh đạo vĩ đại, dựa trên phong cách lãnh đạo của Chúa Giê-su. Sau đó, các lãnh đạo suy nghĩ về những điểm mạnh và yếu của kinh nghiệm lãnh đạo trong bản thân mỗi người. Một trò chơi xây dựng nhóm khi kết thúc buổi học sẽ dạy cho mọi người về sức mạnh của "lãnh đạo được chia sẻ".

Mọi thứ khởi đầu và kết thúc đều từ trái tim của người lãnh đạo, vì thế chúng ta học hỏi phương pháp mà Chúa Giê-su đã dẫn dắt các môn đệ để chúng ta có thể học theo Ngài. Chúa Giê-su yêu các môn đệ cho đến tận cùng, Ngài nắm rõ sứ vụ truyền giáo của mình, thấu hiểu những trở ngại trong nhóm, ban cho những ai theo Ngài các tấm gương để noi theo, đương đầu với khó khăn bằng lòng tốt, và biết rằng Thiên Chúa chúc lành cho sự vâng lời của Ngài. Mọi thứ đều chảy từ trái tim của chúng ta. Vì thế, tình cảm trái tim là nơi mà chúng ta nên khởi đầu trong vai trò là một lãnh đạo.

Ca Tụng

Tiến Triển

Vấn Đề

Kế Hoạch

Ôn Tập

Lời chào mừng
Ai xây dựng Hội Thánh?

Tại sao điều đó lại quan trọng?

Chúa Giê-Su xây dựng Hội Thánh của Người như thế nào?

—Thư thứ nhất gửi tín hữu Cô-rin-tô 11:1—Anh em hãy bắt chước tôi, như tôi bắt chước Đức Ki-tô.

Đào Tạo Như Chúa Giê-su
Chúa Giê-Su đã đào tạo các lãnh đạo như thế nào?

—Lu-ca 6:40—Môn đồ không hơn thầy, nhưng người nào được huấn luyện đầy đủ thì cũng có thể được như thầy. (Bản dịch 2011)

Chúa Giê-Su Đã Nói Ai Là Người Lãnh Đạo Vĩ Đại Nhất?

–MÁT-THÊU 20:25-28–
NHƯNG ĐỨC GIÊ-SU GỌI CÁC ÔNG LẠI VÀ NÓI: "ANH EM BIẾT: THỦ LÃNH CÁC DÂN THÌ LẤY QUYỀN MÀ THỐNG TRỊ DÂN, NHỮNG NGƯỜI LÀM LỚN THÌ DÙNG UY MÀ CAI QUẢN DÂN. GIỮA ANH EM THÌ KHÔNG ĐƯỢC NHƯ VẬY: AI MUỐN LÀM LỚN GIỮA ANH EM, THÌ PHẢI LÀM NGƯỜI PHỤC VỤ ANH EM. VÀ AI MUỐN LÀM ĐẦU ANH EM THÌ PHẢI LÀM ĐẦY TỚ ANH EM. CŨNG NHƯ CON NGƯỜI ĐẾN KHÔNG PHẢI ĐỂ ĐƯỢC NGƯỜI TA PHỤC VỤ, NHƯNG LÀ ĐỂ PHỤC VỤ VÀ HIẾN DÂNG MẠNG SỐNG LÀM GIÁ CHUỘC MUÔN NGƯỜI".

✋ Chào như một người lính rồi đặt hai tay xuống và cúi đầu chào như một người đầy tớ.

Bảy Đặc điểm Của Một Người Lãnh Đạo Vĩ Đại?

–GIO-AN 13:1-17–
[1]TRƯỚC LỄ VƯỢT QUA, ĐỨC GIÊ-SU BIẾT GIỜ CỦA NGƯỜI ĐÃ ĐẾN, GIỜ PHẢI BỎ THẾ GIAN MÀ VỀ VỚI CHÚA CHA. NGƯỜI VẪN YÊU THƯƠNG NHỮNG KẺ THUỘC VỀ MÌNH CÒN Ở THẾ GIAN, VÀ NGƯỜI YÊU THƯƠNG HỌ ĐẾN CÙNG.
[2]TRONG BỮA ĂN TỐI, MA QUỶ ĐÃ GIEO VÀO LÒNG GIUĐA, CON ÔNG SI-MON ÍT-CA-RI-ỐT, Ý ĐỊNH NỘP ĐỨC GIÊ-SU.

[3]ĐỨC GIÊ-SU BIẾT RẰNG: CHÚA CHA ĐÃ GIAO PHÓ MỌI SỰ TRONG TAY NGƯỜI, NGƯỜI BỞI THIÊN CHÚA MÀ ĐẾN, VÀ SẮP TRỞ VỀ CÙNG THIÊN CHÚA,

[4]NÊN BẤY GIỜ NGƯỜI ĐỨNG DẬY, RỜI BÀN ĂN, CỞI ÁO NGOÀI RA, VÀ LẤY KHĂN MÀ THẮT LƯNG.

[5]RỒI ĐỨC GIÊ-SU ĐỔ NƯỚC VÀO CHẬU, BẮT ĐẦU RỬA CHÂN CHO CÁC MÔN ĐỆ VÀ LẤY KHĂN THẮT LƯNG MÀ LAU.

[6]VẬY, NGƯỜI ĐẾN CHỖ ÔNG SI-*MON PHÊ-RÔ, ÔNG LIỀN THƯA VỚI NGƯỜI: "THƯA THẦY! THẦY MÀ LẠI RỬA CHÂN CHO CON SAO?"*

[7]ĐỨC GIÊ-SU TRẢ LỜI: "VIỆC THẦY LÀM, BÂY GIỜ ANH CHƯA HIỂU, NHƯNG SAU NÀY ANH SẼ HIỂU".

[8]ÔNG PHÊ-RÔ LẠI THƯA: "THẦY MÀ RỬA CHÂN CHO CON, KHÔNG ĐỜI NÀO CON CHỊU ĐÂU!" ĐỨC GIÊ-SU ĐÁP: «NẾU THẦY KHÔNG RỬA CHÂN CHO ANH, ANH SẼ CHẲNG ĐƯỢC CHUNG PHẦN VỚI THẦY».

[9]ÔNG SI-MON PHÊ-RÔ LIỀN THƯA: "VẬY, THƯA THẦY, XIN CỨ RỬA, KHÔNG NHỮNG CHÂN, MÀ CẢ TAY VÀ ĐẦU CON NỮA".

[10]ĐỨC GIÊ-SU BẢO ÔNG: "AI ĐÃ TẮM RỒI, THÌ KHÔNG CẦN PHẢI RỬA NỮA; TOÀN THÂN NGƯỜI ẤY ĐÃ SẠCH. VỀ PHẦN ANH EM, ANH EM ĐÃ SẠCH, NHƯNG KHÔNG PHẢI TẤT CẢ ĐÂU!"

[11]THẬT VẬY, NGƯỜI BIẾT AI SẼ NỘP NGƯỜI, NÊN MỚI NÓI: "KHÔNG PHẢI TẤT CẢ ANH EM ĐỀU SẠCH".

[12]KHI RỬA CHÂN CHO CÁC MÔN ĐỆ XONG, ĐỨC GIÊ-SU MẶC ÁO VÀO, VỀ CHỖ VÀ NÓI: "ANH EM CÓ HIỂU VIỆC THẦY MỚI LÀM CHO ANH EM KHÔNG?

[13]ANH EM GỌI THẦY LÀ ‹THẦY›, LÀ ‹CHÚA›, ĐIỀU ĐÓ PHẢI LẮM, VÌ QUẢ THẬT, THẦY LÀ THẦY, LÀ CHÚA.

[14]VẬY, NẾU THẦY LÀ CHÚA, LÀ THẦY, MÀ CÒN RỬA CHÂN CHO ANH EM, THÌ ANH EM CŨNG PHẢI RỬA CHÂN CHO NHAU.

¹⁵THẦY ĐÃ NÊU GƯƠNG CHO ANH EM, ĐỂ ANH EM CŨNG LÀM NHƯ THẦY ĐÃ LÀM CHO ANH EM.

¹⁶THẬT, THẦY BẢO THẬT ANH EM: TÔI TỚ KHÔNG LỚN HƠN CHỦ NHÀ, KẺ ĐƯỢC SAI ĐI KHÔNG LỚN NGƯỜI SAI ĐI.

¹⁷ANH EM ĐÃ BIẾT NHỮNG ĐIỀU ĐÓ, NẾU ANH EM THỰC HÀNH, THÌ PHÚC CHO ANH EM!

1. _____

✋ Dùng một tay vỗ nhẹ vào ngực.

2. _____

✋ Chào như một người lính và gật đầu biểu thị "vâng".

3. _____

✋ Cúi đầu chào cùng với hai tay trong tư thế cầu nguyện cổ điển.

4. _____

✋ Dùng các ngón cái và trỏ tạo thành hình trái tim

5. _____

✋ Đặt tay lên hai bên đầu như thể bạn đang bị đau đầu.

6. _____

✋ Chỉ tay về thiên đàng và gật đầu "vâng".

7. _____

✋ Giơ tay ca tụng về hướng thiên đàng.

Câu Kinh Thánh Ghi Nhớ

–GIO-AN 13:14-15–
VẬY, NẾU THẦY LÀ CHÚA, LÀ THẦY, MÀ CÒN RỬA
CHÂN CHO ANH EM, THÌ ANH EM CŨNG PHẢI RỬA
CHÂN CHO NHAU. THẦY ĐÃ NÊU GƯƠNG CHO ANH
EM, ĐỂ ANH EM CŨNG LÀM NHƯ THẦY ĐÃ LÀM CHO
ANH EM.

THỰC HÀNH

"Giờ đây chúng ta sẽ áp dụng quy trình đào tạo giống như Chúa Giê-su đã áp dụng để thực hành những gì được học từ bài học lãnh đạo này".

Kết Thúc

Chinlone

4

Lớn Mạnh

Bạn đào tạo những lãnh đạo đang dẫn dắt các nhóm và học tập nhằm biết rằng dẫn dắt người khác có đòi hỏi khắt khe thế nào. Lãnh đạo phải đối mặt với các xung đột tâm linh quan trọng từ bên ngoài nhóm và các tính cách cá nhân khác nhau trong nhóm. Chìa khóa của sự lãnh đạo hiệu quả là xác định các tính cách cá nhân khác nhau và học phương pháp làm việc nhóm hiệu quả với các thành viên. Bài học "Lớn mạnh" trao cho các lãnh đạo một phương pháp đơn giản để giúp người ta phát hiện ra kiểu tính cách của mỗi người. Khi hiểu được Thiên Chúa tạo nên chúng ta như thế nào, chúng ta sẽ có những gợi ý mạnh mẽ về cách thức để chúng ta có thể lớn mạnh hơn trong Ngài.

Có tám kiểu tính cách: người lính, người tìm kiếm, mục tử, người gieo hạt, con trai/con gái, vị thánh, người tôi tớ, và người quản lý. Sau khi giúp các lãnh đạo tìm ra kiểu tính cách của họ, đào tạo viên thảo luận về điểm mạnh cũng như điểm yếu của từng loại. Có nhiều người cho rằng Thiên Chúa yêu kiểu tính cách mà nền văn hóa của họ coi trọng nhất. Một số lãnh đạo tin rằng khả năng lãnh đạo tùy thuộc vào tính cách. Buổi học kết thúc bằng việc nhấn mạnh rằng các lãnh đạo nên tương tác riêng biệt với từng cá nhân. Đào tạo lãnh đạo phải hướng đến nhu cầu cá nhân chứ không phải là một-cho-tất-cả.

CA TỤNG

TIẾN TRIỂN

VẤN ĐỀ

KẾ HOẠCH

Ôn tập

Lời chào mừng

Ai xây dựng Hội Thánh?

Tại sao điều đó lại quan trọng?

Chúa Giê-Su xây dựng Hội Thánh của Người như thế nào?

–Thư thứ nhất gửi tín hữu Cô-rin-tô 11:1–Anh em hãy bắt chước tôi, như tôi bắt chước Đức Ki-tô.

Đào Tạo Như Chúa Giê-su

Chúa Giê-Su đã đào tạo các lãnh đạo như thế nào?

–Lu-ca 6:40–Môn đồ không hơn thầy, nhưng người nào được huấn luyện đầy đủ thì cũng có thể được như thầy. (Bản dịch 2011)

Dẫn Dắt Như Chúa Giê-su

Chúa Giê-su đã nói ai là người lãnh đạo vĩ đại nhất?

Bảy đặc điểm của một người lãnh đạo vĩ đại?

–Gio-an 13:14-15–Vậy, nếu Thầy là Chúa, là Thầy, mà còn rửa chân cho anh em, thì anh em cũng phải rửa chân cho nhau. Thầy đã nêu gương cho anh em, để anh em cũng làm như Thầy đã làm cho anh em.

Thiên Chúa Đã Trao Cho Bạn Tính Cách Nào?

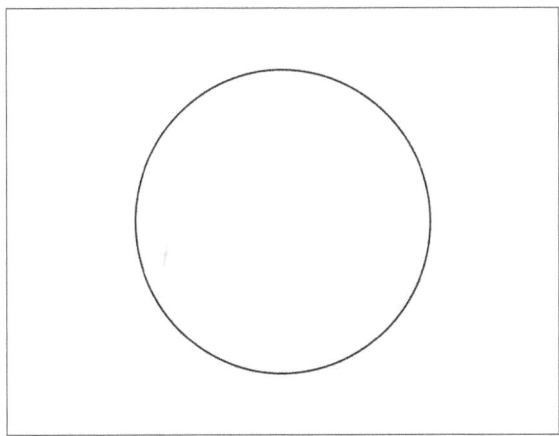

Thiên Chúa Yêu Kiểu Tính Cách Nào Nhất?

Kiểu Tính Cách Nào Tạo Nên Người Lãnh Đạo Tốt Nhất?

Câu Kinh Thánh Ghi Nhớ

–THƯ GỬI TÍN HỮU RÔ-MA 12:4-5–
CŨNG NHƯ TRONG MỘT THÂN THỂ, CHÚNG TA CÓ
NHIỀU BỘ PHẬN, MÀ CÁC BỘ PHẬN CÓ CÙNG MỘT
CHỨC NĂNG; THÌ CHÚNG TA CŨNG VẬY: TUY NHIỀU
NHƯNG CHỈ LÀ MỘT PHẦN THÂN THỂ TRONG ĐỨC
KI-TÔ, AI NẤY LIÊN ĐỚI VỚI NHAU NHƯ NHỮNG BỘ
PHẬN CỦA MỘT THÂN THỂ.

THỰC HÀNH

KẾT THÚC

Hăm-bơ-gơ kẹp phô-mai kiểu Mỹ ☙

5

Cùng Nhau Mạnh Mẽ Hơn

Các lãnh đạo đã tìm ra kiểu tính cách của mỗi người trong bài học vừa rồi. "Cùng Nhau Mạnh Mẽ Hơn" giúp các lãnh đạo thấy được kiểu tính cách của họ tương tác với những người khác như thế nào. Tại sao con người lại có đến tám kiểu tính cách khác nhau? Một số người nói con tàu Nô-ê đã chứa tám người, trong khi số khác lại cho rằng Thiên Chúa đã tạo nên tám kiểu tính cách tượng trưng cho tám hướng trên la bàn – bắc, đông bắc, đông, v.v. Chúng ta có thể giải thích lý do một cách đơn giản. Thế giới có tám kiểu tính cách khác nhau vì Thiên Chúa đã tạo nên loài người dựa trên tám hình ảnh của Ngài. Nếu bạn muốn thấy được Thiên Chúa trông như thế nào, Kinh Thánh nói rằng hãy nhìn vào Chúa Giê-su. Tám kiểu tính cách cơ bản trên thế giới phản chiếu tám hình ảnh của Chúa Giê-su.

Chúa Giê-su là một người lính – tổng tư lệnh của quân đội Thiên Chúa. Chúa Giê-su là một người tìm kiếm – tìm và cứu rỗi những người bị hư mất. Chúa Giê-su là một vị mục tử - cho những ai theo Ngài thức ăn. nước uống và nghỉ ngơi. Chúa Giê-su là một người gieo hạt – gieo rắc Lời Chúa trong đời sống chúng ta. Ngài là một người con – Thiên Chúa gọi Ngài là người con yêu dấu và ra lệnh chúng ta nghe theo Ngài. Chúa Giê-su là vị cứu chuộc và kêu gọi chúng ta đại diện cho Ngài trong vai trò là các vị thánh. Ngài là người tôi tớ - vâng theo lệnh Chúa Cha, ngay cả khi phải chết. Cuối cùng, Chúa Giê-su là một người quản lý - có nhiều dụ ngôn về quản lý thời gian, tiền bạc hay con người.

Mọi lãnh đạo đều mang một trọng trách giúp đỡ con người làm việc cùng nhau. Đôi khi những con người với kiểu tính cách khác nhau có những xung đột không thể tránh được vì họ nhìn thế giới theo các góc nhìn khác nhau. Hai cách thức phổ biến nhất mà mọi người giải quyết xung đột là tránh né hay chiến đấu chống lại. Một cách thứ ba – được dẫn dắt bởi Thần Khí Thiên Chúa – là tìm kiếm các giải pháp thể hiện được sự tôn trọng và chấp nhận từng tính cách. Buổi học kết thúc bằng một cuộc thi diễn kịch nhằm cho thấy sự thật này một cách hài hước. Biểu đồ "Tám hình ảnh của Chúa Ki-tô" giúp chúng ta biết cách yêu mọi người hơn. Đây là trách nhiệm của tất cả những ai theo Chúa Giê-su.

CA TỤNG

TIẾN TRIỂN

VẤN ĐỀ

KẾ HOẠCH

Ôn Tập

Lời chào mừng

Ai xây dựng Hội Thánh?

Tại sao điều đó lại quan trọng?

Chúa Giê-Su xây dựng Hội Thánh của Người như thế nào?

> —*Thư thứ nhất gửi tín hữu Cô-rin-tô 11:1*—*Anh em hãy bắt chước tôi, như tôi bắt chước Đức Ki-tô.*

Đào Tạo Như Chúa Giê-su

Chúa Giê-Su đã đào tạo các lãnh đạo như thế nào?

> —*Lu-ca 6:40*—*Môn đồ không hơn thầy, nhưng người nào được huấn luyện đầy đủ thì cũng có thể được như thầy. (Bản dịch 2011)*

Dẫn Dắt Như Chúa Giê-su

Chúa Giê-Su đã nói ai là người lãnh đạo vĩ đại nhất? ✋

Bảy đặc điểm của một người lãnh đạo vĩ đại?

> —*Gio-an 13:14-15*—*Vậy, nếu Thầy là Chúa, là Thầy, mà còn rửa chân cho anh em, thì anh em cũng phải rửa chân cho nhau. Thầy đã nêu gương cho anh em, để anh em cũng làm như Thầy đã làm cho anh em.*

Lớn Mạnh

Thiên Chúa đã trao cho bạn tính cách nào?

Thiên Chúa yêu kiểu tính cách nào nhất?

Kiểu tính cách nào tạo nên người lãnh đạo tốt nhất?

> —*Thư gửi tín hữu Rô-ma 12:4-5*—*Cũng như trong một thân thể, chúng ta có nhiều bộ phận, mà các bộ phận có cùng một chức năng; thì chúng ta cũng vậy: tuy*

nhiều nhưng chỉ là một phần thân thể trong Đức Ki-
tô, ai nấy liên đới với nhau như những bộ phận của
một thân thể.

Tại Sao Lại Có Tám Kiểu Người Trên Thế Giới?

–SÁCH SÁNG THẾ 1:26–
THIÊN CHÚA PHÁN: "CHÚNG TA HÃY LÀM RA CON
NGƯỜI THEO HÌNH ẢNH CHÚNG TA, GIỐNG NHƯ
CHÚNG TA,...".

–THƯ GỬI TÍN HỮU CÔ-LÔ-XÊ 1:15–
THÁNH TỬ LÀ HÌNH ẢNH THIÊN CHÚA VÔ HÌNH, LÀ
TRƯỞNG TỬ SINH RA TRƯỚC MỌI LOÀI THỌ TẠO.

Chúa Giê-Su Là Ai?

1. _____

–MÁT-THÊU 26:53–
HAY ANH TƯỞNG LÀ THẦY KHÔNG THỂ KÊU CỨU
VỚI CHA THẦY SAO? NGƯỜI SẼ CẤP NGAY CHO THẦY
HƠN MƯỜI HAI ĐẠO BINH THIÊN THẦN!

🖐 Giương kiếm lên.

2. _____

–LU-CA 19:10–
VÌ CON NGƯỜI ĐẾN ĐỂ TÌM VÀ CỨU NHỮNG GÌ ĐÃ MẤT".

✋ Nhìn tới lui với tay ở trên đôi mắt.

3. _____

–GIO-AN 10:11–
TÔI CHÍNH LÀ MỤC TỬ NHÂN LÀNH. MỤC TỬ NHÂN LÀNH HY SINH MẠNG SỐNG MÌNH CHO CHIÊN.

✋ Di chuyển cánh tay về phía cơ thể của bạn như thể bạn đang tập hợp mọi người.

4. _____

–MÁT-THÊU 13:37–
NGƯỜI ĐÁP: "KẺ GIEO HẠT GIỐNG TỐT LÀ CON NGƯỜI"

✋ Gieo hạt bằng tay.

5. _____

–LU-CA 9:35–
VÀ TỪ ĐÁM MÂY CÓ TIẾNG PHÁN RẰNG: "ĐÂY LÀ CON TA, NGƯỜI ĐÃ ĐƯỢC TA TUYỂN CHỌN, HÃY VÂNG NGHE LỜI NGƯỜI!"

🖐 Di chuyển cánh tay về phía miệng như là bạn đang ăn.

6. _____

–MÁC-CÔ 8:31–
RỒI NGƯỜI BẮT ĐẦU DẠY CHO CÁC ÔNG BIẾT CON NGƯỜI PHẢI CHỊU ĐAU KHỔ NHIỀU, BỊ CÁC KỲ MỤC, THƯỢNG TẾ CÙNG KINH SƯ LOẠI BỎ, BỊ GIẾT CHẾT VÀ SAU BA NGÀY, SỐNG LẠI.

🖐 Chắp tay lại theo tư thế cầu nguyện.

7. _____

–GIO-AN 13:14-15–
VẬY, NẾU THẦY LÀ CHÚA, LÀ THẦY, MÀ CÒN RỬA CHÂN CHO ANH EM, THÌ ANH EM CŨNG PHẢI RỬA CHÂN CHO NHAU. THẦY ĐÃ NÊU GƯƠNG CHO ANH EM, ĐỂ ANH EM CŨNG LÀM NHƯ THẦY ĐÃ LÀM CHO ANH EM.

🖐 Vung một cây búa.

8. _____

–LU-CA 6:38–

ANH EM HÃY CHO, THÌ SẼ ĐƯỢC THIÊN CHÚA CHO LẠI. NGƯỜI TA SẼ ĐONG CHO ANH EM ĐẤU ĐỦ LƯỢNG ĐÃ DẰN, ĐÃ LẮC VÀ ĐẦY TRÀN, MÀ ĐỔ VÀO VẠT ÁO ANH EM. VÌ ANH EM ĐONG BẰNG ĐẤU NÀO, THÌ THIÊN CHÚA SẼ ĐONG LẠI CHO ANH EM BẰNG ĐẤU ẤY".

✋ Lấy tiền từ túi áo hoặc ví.

Ba Lựa Chọn Chúng Ta Có Khi Xảy Ra Xung Đột?

1. _____

✋ Giữ hai nắm tay lại với nhau. Tách chúng ra và đặt ở sau lưng.

2. _____

✋ Nắm hai tay lại và đấm vào nhau.

3. _____

✋ Nắm hai tay lại, rồi thả ra và luồn các ngón tay vào nhau, lắc tay lên xuống như thể đang làm việc cùng nhau.

Câu Kinh Thánh Ghi Nhớ

–THƯ GỬI TÍN HỮU GA-LÁT 2:20–
TÔI SỐNG, NHƯNG KHÔNG CÒN LÀ TÔI, MÀ LÀ ĐỨC
KI-TÔ SỐNG TRONG TÔI. HIỆN NAY TÔI SỐNG TRONG
XÁC PHÀM, LÀ SỐNG TRONG NIỀM TIN VÀO CON
THIÊN CHÚA, ĐẤNG ĐÃ YÊU MẾN TÔI VÀ HIẾN MẠNG
VÌ TÔI.

THỰC HÀNH

Thi Diễn Kịch ᦕ

MỘT CÂU HỎI THƯỜNG GẶP

Sự khác biệt giữa tám hình của Chúa Ki-tô và các ơn tài năng tâm linh (Ân
Tứ Thánh Linh) ?

6

Loan Báo Tin Mừng

Làm sao để người ta có thể tin nếu họ chưa bao giờ được nghe Tin Mừng? Thật không may, môn đệ Chúa Giê-su lại không thường xuyên loan báo Tin Mừng để cho người khác tin. Có một lý do đó là họ chưa được học cách để chia sẻ. Một lý do khác là họ bận rộn với những công việc hằng ngày và vì thế quên đi mất. Trong bài học "Loan Báo Tin Mừng", lãnh đạo học phương pháp để tạo nên một "vòng tay Tin Mừng" để chia sẻ với gia đình và bạn bè. Vòng tay nhắc nhở chúng ta loan báo Tin Mừng cho những người khác và là lý do tốt để khởi đầu câu chuyện. Màu sắc của vòng tay gợi nhớ phương pháp loan báo Tin Mừng cho những ai đang tìm kiếm Thiên Chúa.

Vòng tay Tin Mừng cho chúng ta thấy mình đã rời Gia Đình Thiên Chúa như thế nào. Khởi nguyên là Thiên Chúa – hạt vàng. Chúa Thánh Thần tạo nên một thế giới hoàn hảo với bầu trời và biển – hạt xanh lam. Ngài tạo ra người đàn ông và đặt ông ở một khu vườn xinh đẹp – hạt xanh lục. Người đàn ông và phụ nữ đầu tiên phản bội Thiên Chúa, mang tội lỗi đến và tổn thương thế giới – hạt đen. Thiên Chúa sai con duy nhất của Ngài đến thế gian và Người sống một cuộc sống thánh thiện – hạt trắng. Chúa Giê-su chết trên thập tự để chuộc tội cho chúng ta – hạt đỏ.

Vòng tay Tin Mừng cho chúng ta thấy mình có thể trở về Gia Đình Thiên Chúa bằng cách lần ngược lại thứ tự các hạt. Thiên Chúa đã nói bất cứ ai tin rằng Chúa Giê-su đã chết trên thập tự để cứu chuộc họ - hạt đỏ - và Người là Con Thiên Chúa – hạt trắng – đã tha thứ cho tội lỗi của họ – hạt đen. Thiên Chúa nhận chúng ta trở về nhà Ngài và chúng ta trưởng thành trở nên giống Chúa Giê-su – hạt xanh lục. Thiên Chúa ban cho chúng ta Chúa Thánh Thần – hạt xanh lam – và hứa rằng khi không còn sống trên thế gian này nữa, chúng ta sẽ được ở cùng Ngài trên thiên đàng nơi có những con đường bằng vàng - hạt vàng.

Bài học kết thúc bằng việc cho thấy Chúa Giê-su là con đường duy nhất để đến với Thiên Chúa. Không ai có đủ trí khôn, lòng lành, sức mạnh hay tình yêu để tự bản thân tìm đến Thiên Chúa. Chỉ có thông qua Chúa Giê-su là lối duy nhất con người mới có thể về với Thiên Chúa. Theo Chúa Giê-su là sự thật duy nhất giải thoát con người khỏi tội lỗi. Chỉ có Chúa Giê-su mới có thể ban cho chúng ta cuộc sống vĩnh hằng nhờ cái chết của Ngài trên thập tự.

CA TỤNG

TIẾN TRIỂN

VẤN ĐỀ

KẾ HOẠCH

Ôn tập

Lời chào mừng

Ai xây dựng Hội Thánh?

Tại sao điều đó lại quan trọng?

Chúa Giê-Su xây dựng Hội Thánh của Người như thế nào?

—Thư thứ nhất gửi tín hữu Cô-rin-tô 11:1—Anh em hãy bắt chước tôi, như tôi bắt chước Đức Ki-tô.

Đào Tạo Như Chúa Giê-su

Chúa Giê-Su đã đào tạo các lãnh đạo như thế nào?

—Lu-ca 6:40—Môn đồ không hơn thầy, nhưng người nào được huấn luyện đầy đủ thì cũng có thể được như thầy. (Bản dịch 2011)

Dẫn Dắt Như Chúa Giê-su

Chúa Giê-su đã nói ai là người lãnh đạo vĩ đại nhất? ✋

Bảy đặc điểm của một người lãnh đạo vĩ đại?

—Gio-an 13:14-15—Vậy, nếu Thầy là Chúa, là Thầy, mà còn rửa chân cho anh em, thì anh em cũng phải rửa chân cho nhau. Thầy đã nêu gương cho anh em, để anh em cũng làm như Thầy đã làm cho anh em.

Lớn Mạnh

Thiên Chúa đã trao cho bạn tính cách nào?

Thiên Chúa yêu kiểu tính cách nào nhất?

Kiểu tính cách nào tạo nên người lãnh đạo tốt nhất?

—Thư gửi tín hữu Rô-ma 12:4-5—Cũng như trong một thân thể, chúng ta có nhiều bộ phận, mà các bộ phận có cùng một chức năng; thì chúng ta cũng vậy: tuy nhiều nhưng chỉ là một phần thân thể trong Đức Ki-

37

tô, ai nấy liên đới với nhau như những bộ phận của một thân thể.

Cùng Nhau Mạnh Mẽ Hơn

Tại sao lại có tám kiểu người trên thế giới?

Chúa Giê-su là ai?

Ba lựa chọn chúng ta có khi xảy ra xung đột?

–Thư gửi tín hữu Ga-lát 2:20–Tôi sống, nhưng không còn là tôi, mà là Đức Ki-tô sống trong tôi. Hiện nay tôi sống trong xác phàm, là sống trong niềm tin vào con Thiên Chúa, Đấng đã yêu mến tôi và hiến mạng vì tôi.

Tôi Làm Thế Nào Để Loan Báo Tin Mừng Đơn Giản?

–LU-CA 24:1-7–

NGÀY THỨ NHẤT TRONG TUẦN, VỪA TẢNG SÁNG, CÁC BÀ ĐI RA MỘ, MANG THEO DẦU THƠM ĐÃ CHUẨN BỊ SẴN. HỌ THẤY TẢNG ĐÁ ĐÃ LĂN RA KHỎI MỘ. NHƯNG KHI BƯỚC VÀO, HỌ KHÔNG THẤY THI HÀI CHÚA GIÊ-SU ĐÂU CẢ. HỌ CÒN ĐANG PHÂN VÂN, THÌ KÌA HAI NGƯỜI ĐÀN ÔNG Y PHỤC SÁNG CHÓI, ĐỨNG BÊN HỌ. ĐANG LÚC CÁC BÀ SỢ HÃI, CÚI GẦM XUỐNG ĐẤT, THÌ HAI NGƯỜI KIA NÓI: "SAO CÁC BÀ LẠI TÌM NGƯỜI SỐNG Ở GIỮA KẺ CHẾT? NGƯỜI KHÔNG CÒN ĐÂY NỮA, NHƯNG ĐÃ SỐNG LẠI RỒI. HÃY NHỚ LẠI ĐIỀU NGƯỜI ĐÃ NÓI VỚI CÁC BÀ HỒI CÒN Ở GA-LI-LÊ, LÀ CON NGƯỜI PHẢI BỊ NỘP VÀO TAY PHƯỜNG TỘI LỖI, VÀ BỊ ĐÓNG ĐINH VÀO THẬP GIÁ, RỒI NGÀY THỨ BA SỐNG LẠI".

HẠT VÀNG

HẠT XANH LAM

HẠT XANH LAM

HẠT ĐEN

HẠT TRẮNG

HẠT ĐỎ

HẠT ĐỎ

HẠT TRẮNG

HẠT ĐEN

HẠT XANH

HẠT XANH

HẠT VÀNG

Tại Sao Chúng Ta Cần Sự Giúp Đỡ Của Chúa Giê-Su?

1. _____

–I-SAI-A 55:9–

TRỜI CAO HƠN ĐẤT CHỪNG NÀO THÌ ĐƯỜNG LỐI CỦA TA CŨNG CAO HƠN ĐƯỜNG LỐI CÁC NGƯƠI, VÀ TƯ TƯỞNG CỦA TA CŨNG CAO HƠN TƯ TƯỞNG CÁC NGƯƠI CHỪNG ẤY.

✋ Đặt 2 ngón tay trỏ bên cạnh đầu bạn và lắc đầu biểu thị "không".

2. _____

–I-SAI-A 64:5–

TẤT CẢ CHÚNG CON ĐÃ TRỞ NÊN NHƯ NGƯỜI NHIỄM UẾ, MỌI VIỆC LÀNH CỦA CHÚNG CON KHÁC NÀO CHIẾC ÁO DƠ. TẤT CẢ CHÚNG CON HÉO TÀN NHƯ LÁ ÚA, VÀ TỘI ÁC CHÚNG CON ĐÃ PHẠM, TỰA CƠN GIÓ, CUỐN CHÚNG CON ĐI.

✋ Vờ như lấy nhiều tiền từ túi áo hoặc ví và lắc đầu "không".

3. _____

–THƯ GỬI TÍN HỮU RÔ-MA 7:18–
TÔI BIẾT RẰNG SỰ THIỆN KHÔNG Ở TRONG TÔI,
NGHĨA LÀ TRONG XÁC THỊT TÔI. THẬT VẬY, MUỐN
SỰ THIỆN THÌ TÔI CÓ THỂ MUỐN, NHƯNG LÀM THÌ
KHÔNG.

🖐 Đưa hai tay vào tư thế như "người đàn ông mạnh
mẽ" và lắc đầu "không".

4. _____

–THƯ GỬI TÍN HỮU RÔ-MA 3:23–
THẬT VẬY, MỌI NGƯỜI ĐÃ PHẠM TỘI VÀ BỊ TƯỚC MẤT
VINH QUANG THIÊN CHÚA.

🖐 Đưa hai tay ra như thể hai đĩa cân, di chuyển hai tay
lên xuống và lắc đầu "không".

Câu Kinh Thánh Ghi Nhớ

–GIO-AN 14:6–
ĐỨC GIÊ-SU ĐÁP: "CHÍNH THẦY LÀ CON ĐƯỜNG, LÀ
SỰ THẬT VÀ LÀ SỰ SỐNG. KHÔNG AI ĐẾN VỚI CHÚA
CHA MÀ KHÔNG QUA THẦY".

THỰC HÀNH

"Giờ đây chúng ta sẽ áp dụng quy trình đào tạo giống như Chúa Giê-su đã áp dụng để thực hành những gì được học từ bài học lãnh đạo này.

KẾT THÚC

Sức Mạnh Của Việc Đào Tạo Đào Tạo Viên

My Jesus Plan Kế Hoạch Chúa Giê-su Của Tôi

7

Đào Tạo Môn Đệ

Một người lãnh đạo giỏi luôn có những kế hoạch tốt. Chúa Giê-su trao cho các môn đệ một kế hoạch đơn giản mà hiệu quả mạnh mẽ cho sứ vụ của họ trong Tin Mừng theo Thánh Lu-ca chương 10: chuẩn bị tâm hồn, tìm người đáng hưởng bình an, loan báo Tin Mừng, và đánh giá kết quả. Chúa Giê-su cũng đã trao cho chúng ta một kế hoạch đúng đắn để đi theo.

Dù chúng ta khởi đầu sứ vụ ở trong một Hội Thánh đã có từ lâu hay chỉ mới được thành lập, hay một chi nhóm, các bước trong Kế Hoạch Chúa Giê-Su sẽ giúp chúng ta tránh những lỗi lầm không đáng có. Bài học này giảng dạy cho các lãnh đạo phương pháp huấn luyện lẫn nhau về Kế Hoạch Chúa Giê-Su của từng người. Họ cũng sẽ bắt đầu làm việc chuẩn bị thuyết trình Kế Hoạch Chúa Giê-Su của từng cá nhân cho mọi người.

CA TỤNG

TIẾN TRIỂN

VẤN ĐỀ

KẾ HOẠCH

Ôn tập

Lời chào mừng
Ai xây dựng Hội Thánh?

Tại sao điều đó lại quan trọng?

Chúa Giê-Su xây dựng Hội Thánh của Người như thế nào?

> —Thư thứ nhất gửi tín hữu Cô-rin-tô 11:1—Anh em hãy bắt chước tôi, như tôi bắt chước Đức Ki-tô.

Đào Tạo Như Chúa Giê-su
Chúa Giê-Su đã đào tạo các lãnh đạo như thế nào?

> —Lu-ca 6:40—Môn đồ không hơn thầy, nhưng người nào được huấn luyện đầy đủ thì cũng có thể được như thầy. (Bản dịch 2011)

Dẫn Dắt Như Chúa Giê-su
Chúa Giê-su đã nói ai là người lãnh đạo vĩ đại nhất? ✋

Bảy đặc điểm của một người lãnh đạo vĩ đại?

44

—Gio-an 13:14-15—Vậy, nếu Thầy là Chúa, là Thầy, mà còn rửa chân cho anh em, thì anh em cũng phải rửa chân cho nhau. Thầy đã nêu gương cho anh em, để anh em cũng làm như Thầy đã làm cho anh em.

Lớn Mạnh

Thiên Chúa đã trao cho bạn tính cách nào?

Thiên Chúa yêu kiểu tính cách nào nhất?

Kiểu tính cách nào tạo nên người lãnh đạo tốt nhất?

—Thư gửi tín hữu Rô-ma 12:4-5—Cũng như trong một thân thể, chúng ta có nhiều bộ phận, mà các bộ phận có cùng một chức năng; thì chúng ta cũng vậy: tuy nhiều nhưng chỉ là một phần thân thể trong Đức Ki-tô, ai nấy liên đới với nhau như những bộ phận của một thân thể.

Cùng Nhau Mạnh Mẽ Hơn

Tại sao lại có tám kiểu người trên thế giới?

Chúa Giê-su là ai?

Ba lựa chọn chúng ta có khi xảy ra xung đột?

—Thư gửi tín hữu Ga-lát 2:20—Tôi sống, nhưng không còn là tôi, mà là Đức Ki-tô sống trong tôi. Hiện nay tôi sống trong xác phàm, là sống trong niềm tin vào con Thiên Chúa, Đấng đã yêu mến tôi và hiến mạng vì tôi.

Loan báo Tin Mừng

Tôi làm thế nào để loan báo Tin Mừng Đơn Giản?

Tại sao chúng ta cần sự giúp đỡ của Chúa Giê-Su?

—Gio-an 14:6—Đức Giê-su đáp: "Chính Thầy là con đường, là sự thật và là sự sống. Không ai đến với Chúa Cha mà không qua Thầy".

Bước Đầu Tiên Trong Kế Hoạch Chúa Giê-Su Là Gì?

–LU-CA 10:1-4–

¹SAU ĐÓ, CHÚA CHỈ ĐỊNH BẢY MƯƠI HAI NGƯỜI KHÁC, VÀ SAI CÁC ÔNG CỨ TỪNG HAI NGƯỜI MỘT ĐI TRƯỚC, VÀO TẤT CẢ CÁC THÀNH, CÁC NƠI MÀ CHÍNH NGƯỜI SẼ ĐẾN.

²NGƯỜI BẢO CÁC ÔNG:»LÚA CHÍN ĐẦY ĐỒNG MÀ THỢ GẶT LẠI ÍT. VẬY ANH EM HÃY XIN CHỦ MÙA GẶT SAI THỢ RA GẶT LÚA VỀ.

³ANH EM HÃY RA ĐI. NÀY THẦY SAI ANH EM ĐI NHƯ CHIÊN CON ĐI VÀO GIỮA BẦY SÓI.

⁴ĐỪNG MANG THEO TÚI TIỀN, BAO BỊ, GIÀY DÉP. CŨNG ĐỪNG CHÀO HỎI AI DỌC ĐƯỜNG.

✍ Hãy dựa vào tôi ✍

🖐 Dùng ngón trỏ và ngón giữa ở cả hai tay để "đi" cùng nhau.

ĐI ĐẾN NƠI CHÚA GIÊ-SU ĐANG LÀM VIỆC (1)

🖐 Đặt tay lên ngực và lắc đầu biểu thị "không".

🖐 Đặt tay lên trên đôi mắt, quay từ trái sang phải như đang tìm kiếm.

Chỉ tay về nơi trước mặt bạn và gật đầu "vâng".

Giơ tay lên theo tư thế ca tụng rồi đặt chéo tay trên ngực.

CẦU NGUYỆN CHO CÁC LÃNH ĐẠO TRONG MÙA GẶT (2)

Giơ tay lên thờ phượng

Đưa lòng bàn tay ra phía ngoài che chắn mặt, đầu quay đi.

Khum tay lại để nhận lấy.

Nắm tay lại trong tư thế cầu nguyện và đưa lên trán để tượng trưng cho sự kính trọng.

RA ĐI TRONG KHIÊM NHƯỜNG (3)

✎ Người lãnh đạo lớn ✎

Đặt hai tay trong tư thế cầu nguyện và cúi chào.

TRỘNG CẬY VÀO THIÊN CHÚA, CHỨ KHÔNG PHẢI TIỀN BẠC (4)

✍ Tiền bạc giống như mật ngọt ✍

✋ Vờ như lấy tiền từ túi áo, lắc đầu "không", rồi chỉ tay về phía thiên đàng và gật đầu "vâng".

ĐI THẲNG ĐẾN NƠI THIÊN CHÚA ĐANG KÊU GỌI (4)

✍ Quá xao lãng ✍

✋ Úp hai bàn tay vào nhau và đưa thẳng ra phía trước.

Câu Kinh Thánh ghi nhớ

–LU-CA 10:2–
NGƯỜI BẢO CÁC ÔNG: "LÚA CHÍN ĐẦY ĐỒNG MÀ THỢ GẶT LẠI ÍT. VẬY ANH EM HÃY XIN CHỦ MÙA GẶT SAI THỢ RA GẶT LÚA VỀ".

THỰC HÀNH

KẾT THÚC

Kế Hoạch Chúa Giê-Su Của Tôi

8

Thành Lập Các Nhóm

Lãnh đạo chuẩn bị tâm hồn mình trong Bước 1 của Kế Hoạch Chúa Giê-Su. Bài học "Thành Lập Các Nhóm" bao gồm các bước 2, 3 và 4. Chúng ta có thể tránh nhiều sai lầm trong sứ vụ và công tác truyền giáo bằng cách tuân theo những nguyên tắc của Kế Hoạch Chúa Giê-Su trong Tin Mừng theo Thánh Lu-ca chương 10. Lãnh đạo áp dụng những nguyên tắc này vào cuối buổi học khi điền vào "Kế Hoạch Chúa Giê-Su" của từng người.

Bước 2 là việc phát triển các mối quan hệ. Chúng ta tham gia vào nơi Thiên Chúa đang làm việc, tìm kiếm những người có ảnh hưởng và đáp ứng nhiệt tình với thông điệp. Hãy ăn và uống những gì họ mời để biểu lộ sự thừa nhận. Đừng làm thay đổi tình bằng hữu này, nếu không thông điệp của bí tích giải tội mà chúng ta rao giảng sẽ bị mất tín nhiệm.

Chúng ta loan báo Tin Mừng ở Bước 3. Chúa Giê-su là một vị mục tử. Người mong muốn bảo vệ và lo liệu cho loài người. Ở bước này, đào tạo viên khuyến khích lãnh đạo thực hiện sứ vụ của mình bằng cách tìm kiếm những cách thức để chữa lành. Người ta không quan tâm những gì bạn biết cho đến khi họ biết những gì bạn quan tâm. Việc chữa trị cho người bệnh mở ra cơ hội để loan báo Tin Mừng.

Chúng ta đánh giá kết quả và điều chỉnh trong Bước 4. Mức độ tiếp nhận của người dân như thế nào? Liệu họ có thật lòng quan tâm đến các vấn để tâm linh hay có lý do khác như đã bị tiền bạc lôi cuốn? Nếu người dân hưởng ứng, chúng ta ở lại và tiếp tục công tác truyền giáo. Nếu không, Chúa Giê-su ra lệnh cho chúng ta rời đi và khởi đầu lại ở một nơi khác.

CA TỤNG

TIẾN TRIỂN

VẤN ĐỀ

KẾ HOẠCH

Ôn tập

Lời chào mừng
Ai xây dựng Hội Thánh?
Tại sao điều đó lại quan trọng?
Chúa Giê-Su xây dựng Hội Thánh của Người như thế nào?

—Thư thứ nhất gửi tín hữu Cô-rin-tô 11:1—Anh em hãy bắt chước tôi, như tôi bắt chước Đức Ki-tô.

Đào Tạo Như Chúa Giê-su

Chúa Giê-Su đã đào tạo các lãnh đạo như thế nào?

—Lu-ca 6:40—Môn đồ không hơn thầy, nhưng người nào được huấn luyện đầy đủ thì cũng có thể được như thầy. (Bản dịch 2011)

Dẫn Dắt Như Chúa Giê-su

Chúa Giê-su đã nói ai là người lãnh đạo vĩ đại nhất?
Bảy đặc điểm của một người lãnh đạo vĩ đại?

—Gio-an 13:14-15—Vậy, nếu Thầy là Chúa, là Thầy, mà còn rửa chân cho anh em, thì anh em cũng phải rửa chân cho nhau. Thầy đã nêu gương cho anh em, để anh em cũng làm như Thầy đã làm cho anh em.

Lớn Mạnh

Thiên Chúa đã trao cho bạn tính cách nào?
Thiên Chúa yêu kiểu tính cách nào nhất?
Kiểu tính cách nào tạo nên người lãnh đạo tốt nhất?

—Thư gửi tín hữu Rô-ma 12:4-5—Cũng như trong một thân thể, chúng ta có nhiều bộ phận, mà các bộ phận có cùng một chức năng; thì chúng ta cũng vậy: tuy nhiều nhưng chỉ là một phần thân thể trong Đức Ki-tô, ai nấy liên đới với nhau như những bộ phận của một thân thể.

Cùng Nhau Mạnh Mẽ Hơn

Tại sao lại có tám kiểu người trên thế giới?
Chúa Giê-su là ai?
Ba lựa chọn chúng ta có khi xảy ra xung đột?

—Thư gửi tín hữu Ga-lát 2:20—Tôi sống, nhưng không còn là tôi, mà là Đức Ki-tô sống trong tôi. Hiện nay tôi

sống trong xác phàm, là sống trong niềm tin vào con Thiên Chúa, Đấng đã yêu mến tôi và hiến mạng vì tôi.

Loan báo Tin Mừng

Tôi làm thế nào để loan báo Tin Mừng Đơn Giản?

Tại sao chúng ta cần sự giúp đỡ của Chúa Giê-Su?

–Gio-an 14:6–Đức Giê-su đáp: "Chính Thầy là con đường, là sự thật và là sự sống. Không ai đến với Chúa Cha mà không qua Thầy".

Đào Tạo Môn Đệ

Bước đầu tiên trong Kế Hoạch Của Chúa Giê-Su là gì?

–Lu-ca 10:2–Người bảo các ông: "Lúa chín đầy đồng mà thợ gặt lại ít. Vậy anh em hãy xin chủ mùa gặt sai thợ ra gặt lúa về.

Bước Thứ Hai Trong Kế Hoạch Chúa Giê-Su Là Gì?

–LU-CA 10:5-8–

[5]VÀO BẤT CỨ NHÀ NÀO, TRƯỚC TIÊN HÃY NÓI: "BÌNH AN CHO NHÀ NÀY!"

[6]NẾU Ở ĐÓ, CÓ AI ĐÁNG HƯỞNG BÌNH AN, THÌ BÌNH AN CỦA ANH EM SẼ ĐẾN ĐẬU TRÊN NGƯỜI ẤY; BẰNG KHÔNG, THÌ BÌNH AN ĐÓ SẼ QUAY VỀ VỚI ANH EM. [7]HÃY Ở LẠI NHÀ ẤY, VÀ NGƯỜI TA CHO ĂN UỐNG THỨC GÌ, THÌ ANH EM DÙNG THỨC ĐÓ, VÌ LÀM THỢ THÌ ĐÁNG ĐƯỢC TRẢ CÔNG. ĐỪNG ĐI HẾT NHÀ NỌ ĐẾN NHÀ KIA. [8]VÀO BẤT CỨ THÀNH NÀO MÀ ĐƯỢC NGƯỜI TA TIẾP ĐÓN, THÌ CỨ ĂN NHỮNG GÌ NGƯỜI TA DỌN CHO ANH EM.

TÌM MỘT NGƯỜI ĐÁNG HƯỞNG BÌNH AN (5,6)

Hai tay nắm lấy nhau như thể bạn bè đang bắt tay nhau.

HÃY ĂN VÀ UỐNG NHỮNG GÌ HỌ MỜI (7,8)

Làm như đang ăn và uống. Sau đó xoa bụng nếu thức ăn ngon.

ĐỪNG ĐI HẾT NHÀ NỌ ĐẾN NHÀ KIA (7)

Dùng hai tay tạo hình dáng của một mái nhà, di chuyển đến nhiều nơi và lắc đầu "không".

⤚ Cách để chọc giận cả làng ⤜

Bước Thứ Ba Trong Kế Hoạch Chúa Giê-Su Là Gì?

–LU-CA 10:9–

HÃY CHỮA NHỮNG NGƯỜI ĐAU YẾU TRONG THÀNH, VÀ NÓI VỚI HỌ: "TRIỀU ĐẠI THIÊN CHÚA ĐÃ ĐẾN GẦN CÁC ÔNG".

CHỮA LÀNH BỆNH TẬT (9)

🖐 Đưa tay ra như thể bạn đang đặt tay trên một người bệnh để chữa lành cho họ.

LOAN BÁO TIN MỪNG (9)

🖐 Úp hai tay quanh miệng như đang giữ một cái loa.

✦ Chim có 2 cánh ✦

Bước Thứ Bốn Trong Kế Hoạch Chúa Giê-Su Là Gì?

–LU-CA 10:10-11–

NHƯNG VÀO BẤT CỨ THÀNH NÀO MÀ NGƯỜI TA KHÔNG TIẾP ĐÓN, THÌ ANH EM RA CÁC QUẢNG TRƯỜNG MÀ NÓI: "NGAY CẢ BỤI TRONG THÀNH CÁC ÔNG DÍNH CHÂN CHÚNG TÔI, CHÚNG TÔI CŨNG XIN GIỮ TRẢ LẠI CÁC ÔNG. TUY NHIÊN CÁC ÔNG PHẢI BIẾT ĐIỀU NÀY: TRIỀU ĐẠI THIÊN CHÚA ĐÃ ĐẾN GẦN".

ĐÁNH GIÁ CÁCH THỨC NGƯỜI DÂN HỒI ĐÁP (10,11)

🖐 Đưa hai tay ra như hai đĩa cân. Di chuyển hai tay lên xuống trong khi gương mặt đầy vẻ thắc mắc.

54

HÃY RỜI BỎ NẾU NGƯỜI DÂN KHÔNG HƯỞNG ỨNG (11)

✋ Vẫy tay chào tạm biệt.

Câu Kinh Thánh Ghi Nhớ

–LU-CA 10:9–
HÃY CHỮA NHỮNG NGƯỜI ĐAU YẾU TRONG THÀNH, VÀ NÓI VỚI HỌ: "TRIỀU ĐẠI THIÊN CHÚA ĐÃ ĐẾN GẦN CÁC ÔNG".

THỰC HÀNH

KẾT THÚC

Kế Hoạch Chúa Giê-Su Của Tôi

9

Nhân Rộng
Các Nhóm

Có được các Hội Thánh khỏe mạnh từ quá trình nhân rộng là kết quả của việc lớn mạnh trong Chúa, loan báo Tin Mừng, đào tạo môn đệ, thành lập các nhóm, đào tạo lãnh đạo. Tuy nhiên Hầu hết các lãnh đạo chưa từng thành lập Hội Thánh và không biết làm thế nào để để bắt đầu. "Nhân rộng các nhóm" trình bày các nơi mà chúng ta nên tập trung vào khi thành lập nhóm để phát triển thành Hội Thánh. Trong Sách Công Vụ Tông Đồ, Chúa Giê-su ra lệnh thành lập nhóm ở bốn vùng miền khác nhau. Ngài bảo hãy tạo nên các nhóm nơi thành thị và vùng miền mà chúng ta sống. Sau đó, Ngài bảo hãy kêu gọi môn đệ ở vùng láng giềng nơi có dân tộc khác với chúng ta. Cuối cùng, Chúa Giê-su ra lệnh chúng ta đi đến khắp nơi trên thế giới để vươn đến mọi dân tộc. Đào tạo viên khuyến khích lãnh đạo để tiếp nhận trái tim Chúa Giê-su cho tất cả mọi người và lên kế hoạch vươn đến Giê-ru-sa-lem, Giu-đê, Sa-ma-ri của họ và cho đến tận cùng thế giới. Lãnh đạo thêm những nhiệm vụ này vào "Kế Hoạch Chúa Giê-Su" của họ.

Sách Công Vụ Tông Đồ cũng viết về nhiệm vụ của bốn kiểu người thành lập. Phê-rô - mục sư - đã giúp thành lập một nhóm trong nhà Co-nê-li-ô. Phao lô - tông đồ - đi khắp vương quốc Rô-ma để thành lập các nhóm. A-qui-la và Pơ-rít-ca – thương gia – thành lập các nhóm bất cứ nơi đâu trong thương vụ của họ. Những người bị "bắt bớ" trong Sách Công Vụ Tông Đồ chương 8 tản mác và thành lập các nhóm ở nơi họ đi đến. Trong bài học này, lãnh đạo tìm ra những người có khả năng thành lập nhóm trong tầm ảnh hưởng của mình và thêm họ vào trong "Kế Hoạch Chúa Giê-Su". Buổi học kết thúc bằng việc giải quyết một giả thuyết cho rằng thành lập Hội Thánh cần số tiền lớn. Hầu hết các Hội Thánh khởi đầu trong những gia đình với chi phí còn ít hơn cả một cuốn Kinh Thánh.

CA TỤNG

TIẾN TRIỂN

VẤN ĐỀ

KẾ HOẠCH

Ôn Tập

Lời chào mừng

Ai xây dựng Hội Thánh?

Tại sao điều đó lại quan trọng?

Chúa Giê-Su xây dựng Hội Thánh của Người như thế nào?

> —*Thư thứ nhất gửi tín hữu Cô-rin-tô 11:1—Anh em hãy bắt chước tôi, như tôi bắt chước Đức Ki-tô.*

Đào Tạo Như Chúa Giê-su

Chúa Giê-Su đã đào tạo các lãnh đạo như thế nào?

> —*Lu-ca 6:40—Môn đồ không hơn thầy, nhưng người nào được huấn luyện đầy đủ thì cũng có thể được như thầy. (Bản dịch 2011)*

Lead Dẫn Dắt Như Chúa Giê-su

Chúa Giê-su đã nói ai là người lãnh đạo vĩ đại nhất?

Bảy đặc điểm của một người lãnh đạo vĩ đại?

> —*Gio-an 13:14-15—Vậy, nếu Thầy là Chúa, là Thầy, mà còn rửa chân cho anh em, thì anh em cũng phải rửa chân cho nhau. Thầy đã nêu gương cho anh em, để anh em cũng làm như Thầy đã làm cho anh em.*

Lớn Mạnh

Thiên Chúa đã trao cho bạn tính cách nào?

Thiên Chúa yêu kiểu tính cách nào nhất?

Kiểu tính cách nào tạo nên người lãnh đạo tốt nhất?

> —*Thư gửi tín hữu Rô-ma 12:4-5—Cũng như trong một thân thể, chúng ta có nhiều bộ phận, mà các bộ phận có cùng một chức năng; thì chúng ta cũng vậy: tuy*

nhiều nhưng chỉ là một phần thân thể trong Đức Ki-tô, ai nấy liên đới với nhau như những bộ phận của một thân thể.

Cùng Nhau Mạnh Mẽ Hơn

Tại sao lại có tám kiểu người trên thế giới?

Chúa Giê-su là ai?

Ba lựa chọn chúng ta có khi xảy ra xung đột?

—Thư gửi tín hữu Ga-lát 2:20—Tôi sống, nhưng không còn là tôi, mà là Đức Ki-tô sống trong tôi. Hiện nay tôi sống trong xác phàm, là sống trong niềm tin vào con Thiên Chúa, Đấng đã yêu mến tôi và hiến mạng vì tôi.

Loan báo Tin Mừng

Tôi làm thế nào để loan báo Tin Mừng Đơn Giản?

Tại sao chúng ta cần sự giúp đỡ của Chúa Giê-Su?

—Gio-an 14:6—Đức Giê-su đáp: "Chính Thầy là con đường, là sự thật và là sự sống. Không ai đến với Chúa Cha mà không qua Thầy".

Đào Tạo Môn Đệ

Bước đầu tiên trong Kế Hoạch Của Chúa Giê-Su là gì?

—Lu-ca 10:2—Người bảo các ông: "Lúa chín đầy đồng mà thợ gặt lại ít. Vậy anh em hãy xin chủ mùa gặt sai thợ ra gặt lúa về.

Thành lập các nhóm

Bước thứ hai trong Kế Hoạch Của Chúa Giê-Su là gì?

Bước thứ ba trong Kế Hoạch Của Chúa Giê-Su là gì?

Bước thứ bốn trong Kế Hoạch Của Chúa Giê-Su là gì?

–Lu-ca 10:9–Hãy chữa những người đau yếu trong thành, và nói với họ: "Triều đại Thiên Chúa đã đến gần các ông".

Bốn Nơi Mà Chúa Giê-Su Sai Tín Hữu Đến Để Thành Lập Các Nhóm Là Ở Đâu?

–SÁCH CÔNG VỤ TÔNG ĐỒ 1:8–
NHƯNG ANH EM SẼ NHẬN ĐƯỢC SỨC MẠNH CỦA THÁNH THẦN KHI NGƯỜI NGỰ XUỐNG TRÊN ANH EM. BẤY GIỜ ANH EM SẼ LÀ CHỨNG NHÂN CỦA THẦY TẠI GIÊ-RU-SA-LEM, TRONG KHẮP CÁC MIỀN GIU-ĐÊ, SA-MA-RI CHO ĐẾN TẬN CÙNG TRÁI ĐẤT".

1. _____

2. _____

3. _____

4. _____

Bốn Phương Pháp Để Thành Lập Một Nhóm Hoặc Hội Thánh Là Gì?

1. _____

–SÁCH CÔNG VỤ TÔNG ĐỒ 10:9–
HÔM SAU, ĐANG KHI HỌ ĐI ĐƯỜNG VÀ ĐẾN GẦN GIA-PHÔ, THÌ ÔNG PHÊ-RÔ LÊN SÂN THƯỢNG CẦU NGUYỆN; LÚC ĐÓ, VÀO KHOẢNG GIỜ THỨ SÁU.

2. _____

–SÁCH CÔNG VỤ TÔNG ĐỒ 13:2–
MỘT HÔM, ĐANG KHI HỌ LÀM VIỆC THỜ PHƯỢNG
CHÚA VÀ ĂN CHAY, THÌ THÁNH THẦN PHÁN BẢO:
"HÃY DÀNH RIÊNG BA-NA-BA VÀ SAO-LÔ CHO TA, ĐỂ
LO CÔNG VIỆC TA ĐÃ KÊU GỌI HAI NGƯỜI ẤY LÀM".

3. _____

–THƯ THỨ NHẤT GỬI TÍN HỮU CÔ-RIN-TÔ 16:19–
CÁC HỘI THÁNH A-XI-A GỬI LỜI CHÀO ANH EM.
A-QUI-LA VÀ PƠ-RÍT-CA CÙNG VỚI HỘI THÁNH HỌP
TẠI NHÀ HỌ GỬI LỜI CHÀO ANH EM TRONG CHÚA.

4. _____

–CÔNG VỤ TÔNG ĐỒ 8:1–
PHẦN ÔNG SAO-LÔ, ÔNG TÁN THÀNH VIỆC GIẾT ÔNG
TÊ-PHA-NÔ. HỒI ẤY, HỘI THÁNH TẠI GIÊ-RU-SA-LEM
TRẢI QUA MỘT CƠN BẮT BỚ DỮ DỘI. NGOÀI CÁC
TÔNG ĐỒ RA, MỌI NGƯỜI ĐỀU PHẢI TẢN MÁC VỀ CÁC
VÙNG QUÊ MIỀN GIU-ĐÊ VÀ SA-MA-RI.

Câu Kinh Thánh ghi nhớ

–SÁCH CÔNG VỤ TÔNG ĐỒ 1:8–
NHƯNG ANH EM SẼ NHẬN ĐƯỢC SỨC MẠNH CỦA
THÁNH THẦN KHI NGƯỜI NGỰ XUỐNG TRÊN ANH
EM. BẤY GIỜ ANH EM SẼ LÀ CHỨNG NHÂN CỦA THẦY
TẠI GIÊ-RU-SA-LEM, TRONG KHẮP CÁC MIỀN GIU-ĐÊ,
SA-MA-RI CHO ĐẾN TẬN CÙNG TRÁI ĐẤT".

Thực Hành

Kết Thúc

Thành lập một Hội Thánh mới tốn bao nhiêu tiền?

Kế Hoạch Chúa Giê-Su

Một câu hỏi thường gặp khác

Bạn sẽ làm việc với những người không biết chữ đến học như thế nào?

10

Theo Chúa Giê-su

Lãnh đạo đã được học trong *Đào Tạo Lãnh Đạo Cấp Tiến* những ai có thể xây dựng Hội Thánh và tầm quan trọng của điều đó. Lãnh đạo đã am hiểu năm bước trong Kế Hoạch Của Chúa Giê-Su nhằm vươn ra toàn thế giới và thực hành huấn luyện lẫn nhau. Họ biết được bảy đặc điểm của một nhà lãnh đạo vĩ đại, xây dựng nên một "Cây đào tạo" cho tương lai, và biết cách làm việc với những người có tính cách khác nhau. Mỗi lãnh đạo có một kế hoạch dựa trên Kế Hoạch Của Chúa Giê-Su trong Tin Mừng theo Thánh Lu-ca chương 10. "Theo Chúa Giê-su" chú trọng vào phần còn lại của sự lãnh đạo: động lực.

Hai ngàn năm về trước, người ta theo Chúa Giê-su vì nhiều lý do. Một số như Gio-an và Gia-cô-bê, theo Chúa Giê-su vì nghĩ rằng Ngài sẽ mang lại cho họ danh tiếng. Số khác như những người Pha-ri-sêu, lại nhằm chỉ trích và biểu thị sự khôn ngoan của họ. Một số lại như Giu-đa, chỉ vì tiền. Một đám đông năm ngàn người theo Chúa Giê-su vì Ngài ban cho họ thức ăn. Số còn lại theo Ngài vì họ cần được chữa lành, nhưng chỉ có một người biết cảm tạ ơn Ngài. Buồn thay, nhiều người thật ích kỷ khi theo Chúa Giê-su chỉ vì những gì Ngài có thể ban cho họ. Ngày nay cũng vậy. Là lãnh đạo,chúng ta nên tự kiểm điểm và hỏi bản thân mình "Tại sao tôi lại theo Chúa Giê-su?"

Chúa Giê-su khen ngợi những ai theo Ngài bằng tình yêu chân thật. Món quà dầu thơm đắt giá từ một người phụ nữ bị hắt hủi được Ngài hứa ban cho sự tưởng nhớ khi người ta loan báo Tin Mừng ở bất cứ đâu. Đồng xu của bà góa làm rung động Chúa Giê-su hơn cả đống vàng của Đền Thờ. Chúa Giê-su thất vọng khi một người trẻ đầy triển vọng lại từ chối yêu Chúa bằng cả trái tim mà chọn sự giàu sang của mình. Cũng vậy, Chúa Giê-su chỉ hỏi Phê-rô một câu để hồi phục ông sau sự phản bội của ông: "Này anh Si-mon, con ông Gio-an, anh có mến Thầy không?. Các lãnh đạo tâm linh mến Chúa và yêu người.

Trước khi buổi học kết thúc, từng lãnh đạo sẽ chia sẻ "Kế Hoạch Chúa Giê-Su" của họ. Mọi người cầu nguyện cho nhau, cam kết làm việc cùng nhau và huấn luyện những lãnh đạo mới vì tình yêu và vinh quang Thiên Chúa.

CA TỤNG

TIẾN TRIỂN

Lời chào mừng

Ai xây dựng Hội Thánh?

Tại sao điều đó lại quan trọng?

Chúa Giê-Su xây dựng Hội Thánh của Người như thế nào?

—*Thư thứ nhất gửi tín hữu Cô-rin-tô 11:1—Anh em hãy bắt chước tôi, như tôi bắt chước Đức Ki-tô.*

Đào Tạo Như Chúa Giê-su

Chúa Giê-Su đã đào tạo các lãnh đạo như thế nào?

–Lu-ca 6:40–Môn đồ không hơn thầy, nhưng người nào được huấn luyện đầy đủ thì cũng có thể được như thầy. (Bản dịch 2011)

Dẫn Dắt Như Chúa Giê-su

Chúa Giê-su đã nói ai là người lãnh đạo vĩ đại nhất?

Bảy đặc điểm của một người lãnh đạo vĩ đại?

–Gio-an 13:14-15–Vậy, nếu Thầy là Chúa, là Thầy, mà còn rửa chân cho anh em, thì anh em cũng phải rửa chân cho nhau. Thầy đã nêu gương cho anh em, để anh em cũng làm như Thầy đã làm cho anh em.

Lớn Mạnh

Thiên Chúa đã trao cho bạn tính cách nào?

Thiên Chúa yêu kiểu tính cách nào nhất?

Kiểu tính cách nào tạo nên người lãnh đạo tốt nhất?

–Thư gửi tín hữu Rô-ma 12:4-5–Cũng như trong một thân thể, chúng ta có nhiều bộ phận, mà các bộ phận có cùng một chức năng; thì chúng ta cũng vậy: tuy nhiều nhưng chỉ là một phần thân thể trong Đức Ki-tô, ai nấy liên đới với nhau như những bộ phận của một thân thể.

Cùng Nhau Mạnh Mẽ Hơn

Tại sao lại có tám kiểu người trên thế giới?

Chúa Giê-su là ai?

Ba lựa chọn chúng ta có khi xảy ra xung đột?

–Thư gửi tín hữu Ga-lát 2:20–Tôi sống, nhưng không còn là tôi, mà là Đức Ki-tô sống trong tôi. Hiện nay tôi sống trong xác phàm, là sống trong niềm tin vào con Thiên Chúa, Đấng đã yêu mến tôi và hiến mạng vì tôi.

Loan báo Tin Mừng

Tôi làm thế nào để loan báo Tin Mừng Đơn Giản?

Tại sao chúng ta cần sự giúp đỡ của Chúa Giê-Su?

> –Gio-an 14:6- Đức Giê-su đáp: "Chính Thầy là con đường, là sự thật và là sự sống. Không ai đến với Chúa Cha mà không qua Thầy".

Đào Tạo Môn Đệ

Bước đầu tiên trong Kế Hoạch Của Chúa Giê-Su là gì?

> –Lu-ca 10:2–Người bảo các ông: "Lúa chín đầy đồng mà thợ gặt lại ít. Vậy anh em hãy xin chủ mùa gặt sai thợ ra gặt lúa về.

Thành lập các nhóm

Bước thứ hai trong Kế Hoạch Của Chúa Giê-Su là gì?

Bước thứ ba trong Kế Hoạch Của Chúa Giê-Su là gì?

Bước thứ bốn trong Kế Hoạch Của Chúa Giê-Su là gì?

> –Lu-ca 10:9–Hãy chữa những người đau yếu trong thành, và nói với họ: "Triều đại Thiên Chúa đã đến gần các ông".

Thành lập các Hội Thánh

Bốn nơi mà Chúa Giê-Su sai tín hữu đến để thành lập các nhóm là ở đâu?

Bốn phương pháp để thành lập một nhóm hoặc Hội Thánh là gì?

Thành lập một Hội Thánh mới tốn bao nhiêu tiền?

> –Sách Công Vụ Tông Đồ 1:8–"nhưng anh em sẽ nhận được sức mạnh của Thánh Thần khi Người ngự xuống trên anh em. Bấy giờ anh em sẽ là chứng nhân của Thầy tại Giê-ru-sa-lem, trong khắp các miền Giu-đê, Sa-ma-ri cho đến tận cùng trái đất".

Kế Hoạch

Tại Sao Bạn Lại Theo Chúa Giê-Su?

1. _____

–MÁC-CÔ 10:35-37–

HAI NGƯỜI CON ÔNG DÊ-BÊ-ĐÊ LÀ GIA-CÔ-BÊ VÀ GIO-AN ĐẾN GẦN ĐỨC GIÊ-SU VÀ NÓI: "THƯA THẦY, CHÚNG CON MUỐN THẦY THỰC HIỆN CHO CHÚNG CON ĐIỀU CHÚNG CON SẮP XIN ĐÂY". NGƯỜI HỎI: "CÁC ANH MUỐN THẦY THỰC HIỆN CHO CÁC ANH ĐIỀU GÌ?". CÁC ÔNG THƯA: "XIN CHO HAI ANH EM CHÚNG CON, MỘT NGƯỜI ĐƯỢC NGỒI BÊN HỮU, MỘT NGƯỜI ĐƯỢC NGỒI BÊN TẢ THẦY, KHI THẦY ĐƯỢC VINH QUANG".

2. _____

–LU-CA 11:53-54–

KHI ĐỨC GIÊ-SU RA KHỎI ĐÓ, CÁC KINH SƯ VÀ CÁC NGƯỜI PHARISÊU BẮT ĐẦU CĂM GIẬN NGƯỜI RA MẶT, VÀ VẶN HỎI NGƯỜI VỀ NHIỀU CHUYỆN, GÀI BẪY ĐỂ XEM CÓ BẮT ĐƯỢC NGƯỜI NÓI ĐIỀU GÌ SAI CHĂNG.

3. _____

–GIO-AN 12:4-6–

MỘT TRONG CÁC MÔN ĐỆ CỦA ĐỨC GIÊ-SU LÀ GIUĐA ÍT-CA-RI-ỐT, KẺ SẼ NỘP NGƯỜI, LIỀN NÓI: "SAO LẠI KHÔNG BÁN DẦU THƠM ĐÓ LẤY BA TRĂM ĐỒNG BẠC

MÀ CHO NGƯỜI NGHÈO?". Y NÓI THẾ, KHÔNG PHẢI VÌ LO CHO NGƯỜI NGHÈO, NHƯNG VÌ Y LÀ MỘT TÊN ĂN CẮP: Y GIỮ TÚI TIỀN VÀ THƯỜNG LẤY CHO MÌNH NHỮNG GÌ NGƯỜI TA BỎ VÀO QUỸ CHUNG.

4. _____

–GIO-AN 6:11-15–

VẬY, ĐỨC GIÊ-SU CẦM LẤY BÁNH, DÂNG LỜI TẠ ƠN, RỒI PHÂN PHÁT CHO NHỮNG NGƯỜI NGỒI ĐÓ. CÁ NHỎ, NGƯỜI CŨNG PHÂN PHÁT NHƯ VẬY, AI MUỐN ĂN BAO NHIÊU TÙY Ý. KHI HỌ ĐÃ NO NÊ RỒI, NGƯỜI BẢO CÁC MÔN ĐỆ: "ANH EM THU LẠI NHỮNG MIẾNG THỪA KẺO PHÍ ĐI". HỌ LIỀN ĐI THU NHỮNG MIẾNG THỪA CỦA NĂM CHIẾC BÁNH LÚA MẠCH NGƯỜI TA ĂN CÒN LẠI, VÀ CHẤT ĐẦY ĐƯỢC MƯỜI HAI THÚNG. DÂN CHÚNG THẤY DẤU LẠ ĐỨC GIÊ-SU LÀM THÌ NÓI: "HẲN ÔNG NÀY LÀ VỊ NGÔN SỨ, ĐẤNG PHẢI ĐẾN THẾ GIAN!". NHƯNG ĐỨC GIÊ-SU BIẾT HỌ SẮP ĐẾN BẮT MÌNH ĐEM ĐI MÀ TÔN LÀM VUA, NÊN NGƯỜI LẠI LÁNH MẶT, ĐI LÊN NÚI MỘT MÌNH.

5. _____

–LU-CA 17:12-14–

LÚC NGƯỜI VÀO MỘT LÀNG KIA, THÌ CÓ MƯỜI NGƯỜI PHONG HỦI ĐÓN GẶP NGƯỜI. HỌ DỪNG LẠI ĐẰNG XA VÀ KÊU LỚN TIẾNG: "LẠY THẦY GIÊ-SU, XIN DỦ LÒNG THƯƠNG CHÚNG TÔI!". THẤY VẬY, ĐỨC GIÊ-SU BẢO HỌ: "HÃY ĐI TRÌNH DIỆN VỚI CÁC TƯ TẾ". ĐANG KHI ĐI THÌ HỌ ĐÃ ĐƯỢC SẠCH.

Bạn có nhớ người đàn bà tội lỗi bị hắt hủi, người đã đổ thứ dầu thơm đắt giá lên đầu Chúa Giê-su?"

–MÁT-THÊU 26:13–
"THẦY BẢO THẬT ANH EM: KHẮP THẾ GIAN, TIN MỪNG NÀY ĐƯỢC LOAN BÁO Ở ĐÂU, NGƯỜI TA CŨNG KỂ LẠI VIỆC CÔ VỪA LÀM MÀ NHỚ TỚI CÔ".

"Bạn có nhớ người góa phụ nghèo? Lễ vật của bà làm rung động trái tim của Chúa Giê-su hơn những lễ vật quý giá ở Đền Thờ".

–LU-CA 21:3–
NGƯỜI LIỀN NÓI: "THẦY BẢO THẬT ANH EM; BÀ GOÁ NGHÈO NÀY ĐÃ BỎ VÀO NHIỀU HƠN AI HẾT.

"Bạn có nhớ câu hỏi mà Chúa Giê-su đã hỏi Phê-rô sau khi ông phản bội Ngài?"

–GIO-AN 21:17–
NGƯỜI HỎI LẦN THỨ BA: "NÀY ANH SI-MON, CON ÔNG GIO-AN, ANH CÓ YÊU MẾN THẦY KHÔNG?" ÔNG PHÊ-RÔ BUỒN VÌ NGƯỜI HỎI TỚI BA LẦN: "ANH CÓ YÊU MẾN THẦY KHÔNG?" ÔNG ĐÁP: "THƯA THẦY, THẦY BIẾT RÕ MỌI SỰ; THẦY BIẾT CON YÊU MẾN THẦY". ĐỨC GIÊ-SU BẢO: "HÃY CHĂM SÓC CHIÊN CỦA THẦY.

THUYẾT TRÌNH KẾ HOẠCH CHÚA GIÊ-SU

Đào Tạo Lãnh Đạo

Đào Tạo Lãnh Đạo Cấp Tiến được viết tiếp theo cuốn một, *Đào Tạo Môn Đệ Cấp Tiến*, nhằm giúp đỡ những người đã thành lập các nhóm môn đệ phát triển thành các lãnh đạo và sinh sôi nảy nở thêm nhiều nhóm mới.

KẾT QUẢ THU ĐƯỢC TỪ KHÓA ĐÀO TẠO

Sau khi kết thúc khóa đào tạo, học viên có thể:

- Giảng dạy cho các lãnh đạo khác mười bài học cốt lõi về lãnh đạo.
- Đào tạo các lãnh đạo khác áp dụng quy trình có thể nhân rộng dựa theo Chúa Giê-su.
- Xác định các kiểu tính cách khác nhau và giúp mọi người làm việc nhóm hiệu quả.
- Xây dựng kế hoạch mang tính chiến lược nhằm khơi dậy những tâm linh bị hư mất trong cộng đồng và sinh sôi nảy nở thêm nhiều nhóm mới.
- Tìm hiểu phương pháp dẫn dắt một phong trào phát triển Hội Thánh.

Quy Trình Đào Tạo

Mỗi buổi đào tạo lãnh đạo theo cùng một dạng, dựa trên quy trình mà Chúa Giê-su đã đào tạo các môn đệ trở nên các lãnh đạo. Hãy áp dụng cấu trúc bài học chung sau cùng với những giai đoạn được đề nghị.

CA TỤNG

- Cùng hát hai bài thánh ca hoặc điệp khúc (hoặc nhiều hơn nếu thời gian cho phép).

  (10 phút)

TIẾN TRIỂN

- Một lãnh đạo chia sẻ về tiến triển trong sứ vụ của mình kể từ lần gặp cuối cùng của các lãnh đạo. Cả nhóm cùng cầu nguyện cho người lãnh đạo và sứ vụ của người đó.

  (10 phút)

VẤN ĐỀ

- Đào tạo viên trình bày một vấn đề lãnh đạo thường gặp, giải thích bằng một câu chuyện hay ví dụ cá nhân.

  (5 phút)

KẾ HOẠCH

- Đào tạo viên giảng dạy các lãnh đạo một bài học lãnh đạo đơn giản nhằm trao cho họ sự sáng suốt và những kĩ năng để giải quyết vấn đề lãnh đạo.

(20 phút)

THỰC HÀNH

- Các lãnh đạo chia thành nhiều nhóm bốn người và thực hành phương pháp đào tạo lãnh đạo bằng cách thảo luận về bài học vừa được học, bao gồm:

    o Progress made in this leadership area. Tiến triển trong lĩnh vực lãnh đạo này.
    o Vấn đề phải đối mặt trong lĩnh vực lãnh đạo.
    o Những kế hoạch nhằm cải thiện trong 30 ngày tới dựa theo bài học lãnh đạo.
    o Một kĩ năng mà họ sẽ thực hành trong 30 ngày tới dựa theo bài học lãnh đạo.

- Các lãnh đạo đứng dậy và cùng nhau lập lại câu Kinh Thánh ghi nhớ mười lần gồm đọc sách Kinh Thánh sáu lần, và bốn lần bằng trí nhớ.

(30 phút)

CẦU NGUYỆN

- Các nhóm chia sẻ lời cầu nguyện và cầu nguyện cho nhau.

(10 phút)

KẾT THÚC

- Hầu hết các buổi học kết thúc bằng một hoạt động học tập nhằm giúp các lãnh đạo ứng dụng bài học lãnh đạo cho hoàn cảnh của họ.

(15 phút)

Các Nguyên Tắc Đào Tạo

Giúp đỡ những người phát triển thành lãnh đạo thật thú vị và là một công việc đòi hỏi nhiều cố gắng. Ngược lại với ý kiến số đông, trở thành lãnh đạo là do nỗ lực chứ không phải bẩm sinh. Để có được thêm nhiều lãnh đạo, chương trình phát triển lãnh đạo phải có chủ đích và hệ thống. Nhiều người nhầm lẫn khi tin rằng lãnh đạo là do tính cách của người đó. Tuy nhiên, một cuộc khảo sát nhanh các vị mục sư thành công của các Hội Thánh lớn tại Hoa Kỳ cho thấy các vị mục sư có những tính cách khác nhau. Khi chúng ta theo Chúa Giê-su chính là theo vị lãnh đạo vĩ đại nhất mọi thời đại để rồi tự bản thân trở nên những nhà lãnh đạo.

Đào tạo các lãnh đạo cần một phương pháp cân bằng cho việc phát triển lãnh đạo. Một phương pháp cân bằng bao gồm làm việc dựa trên kiến thức, cá tính, kĩ năng, động cơ. Một người cần phải có đủ bốn yếu tố để trở thành một lãnh đạo tốt. Không có kiến thức, những giả định sai và sự hiểu lầm sẽ làm lãnh đạo lệch hướng. Không có cá tính, lãnh đạo sẽ phạm phải những lỗi lầm về đạo đức và tâm linh, công tác truyền giáo sẽ bị cản trở. Không có những kĩ năng cần thiết, lãnh đạo sẽ liên tục "phát minh lại bánh xe" hay lặp lại các phương pháp đã lỗi thời. Cuối cùng, người lãnh đạo có kiến thức, cá tính, kĩ năng nhưng lại có động cơ không tốt sẽ chỉ quan tâm đến hiện tại và bảo vệ địa vị của mình.

Lãnh đạo phải học những công cụ chủ chốt để hoàn thành công việc. Sau khi trải qua giờ cầu nguyện quan trọng, mỗi người lãnh đạo cần có một tầm nhìn thuyết phục. Tầm nhìn trả lời cho câu hỏi "Những gì cần phải xảy ra tiếp theo?". Lãnh đạo phải biết mục đích của việc họ đang làm. Mục đích trả lời cho câu hỏi "Tại sao điều này lại quan trọng?". Việc biết được câu trả lời cho thắc mắc này đã và đang dẫn dắt nhiều lãnh đạo bước qua những thời kì khó khăn. Tiếp theo, lãnh đạo phải nắm rõ công tác truyền giáo của mình. Thiên Chúa mang con người đến với nhau thành cộng đồng là để thi hành Ý Chúa. Sứ vụ trả lời cho câu hỏi "Những ai cần được mời gọi?". Sau cùng, người lãnh đạo tài giỏi phải có những mục tiêu rõ ràng, súc tích để theo đuổi. Thông thường, một lãnh đạo sẽ đưa ra tầm nhìn, mục đích, sứ vụ xuyên suốt từ bốn đến năm mục tiêu. Mục tiêu trả lời cho câu hỏi "Chúng ta sẽ thực hiện như thế nào?".

Chúng tôi đã phát hiện ra thật khó khăn để tụ họp các lãnh đạo đang trỗi dậy thành một nhóm. Thiên Chúa sẽ luôn luôn làm bạn bất ngờ về người mà Ngài chọn! Phương pháp hiệu quả nhất là đối xử với từng người như thể họ đã là lãnh đạo. Một người có thể chỉ lãnh đạo bản thân họ, nhưng vẫn là lãnh đạo. Con người trở nên những lãnh đạo tốt hơn tỷ lệ thuận với mong đợi của chúng tôi (niềm tin). Khi chúng tôi đối xử với người khác như môn đệ, họ trở thành môn đệ. Khi chúng tôi đối xử với người khác như là lãnh đạo, họ trở nên những người lãnh đạo. Chúa Giê-su chọn người từ mọi giai cấp của xã hội để cho chúng ta thấy khả năng lãnh đạo giỏi dựa trên lòng trung thành với Ngài, chứ không phải là những dấu hiệu bên ngoài mà người ta thường tìm kiếm. Tại sao chúng ta thiếu những người lãnh đạo? Vì các lãnh đạo hiện nay từ chối trao cho người khác cơ hội để dẫn dắt.

Ít yếu tố nào ngăn chặn một phong trào của Thiên Chúa nhanh hơn là sự thiếu hụt lãnh đạo. Buồn thay, chúng tôi phải đương đầu với sự thiếu hụt này trong hầu hết những nơi mà chúng tôi đào tạo người ta (bao gồm cả Hoa Kỳ). Những lãnh đạo ngoan đạo chính là chìa khóa của shalom – hòa bình, ơn lành, và sự công bình – trong một cộng đồng. Một câu nói nổi tiếng của Albert Einstein có thể được diễn giải như sau: "Chúng ta không thể giải quyết vấn đề hiện tại của mình bằng trình độ lãnh đạo hiện có". Thiên Chúa đang áp dụng Khóa Đào Tạo Theo Chúa Giê-su để trang bị và thúc đẩy nhiều lãnh đạo mới. Chúng tôi cầu nguyện Thiên Chúa sẽ thực hiện điều đó với bạn. Cầu xin vị lãnh đạo vĩ đại nhất mọi thời đại ban phúc lành tâm linh tràn đầy trái tim và tâm trí bạn, giúp bạn trở nên mạnh mẽ và tăng cường ảnh hưởng của bạn – sự thử thách đích thực của lãnh đạo.

Nghiên Cứu Thêm

Chúng tôi nhận thấy các tác giả sau cung cấp những kiến thức hữu ích nhất trong việc đào tạo lãnh đạo cấp tiến. Cuốn sách đầu tiên để dịch trong công tác truyền giáo là Kinh Thánh. Sau này, chúng tôi khuyến nghị dịch bảy cuốn sách sau - một nền móng vững chắc cho việc phát triển lãnh đạo hiệu quả.

Blanchard, Ken and Hodges, Phil. *Lead like Jesus: Lessons from the Greatest Role Model of all Time*. Thomas Nelson, 2006.

Clinton, J. Robert. *The Making of a Leader*. NavPress Publishing Group, 1988.

Coleman, Robert E. *The Masterplan of Evangelism*. Fleming H. Revell, 1970.

Hettinga, Jan D. *Follow Me: Experiencing the Loving Leadership of Jesus*. Navpress, 1996.

Maxwell, John C. *Developing the Leader Within You*. Thomas Nelson Publishers, 1993.

Ogne, Steven L. and Nebel, Thomas P. *Empowering Leaders through Coaching*. Churchsmart Resources, 1995.

Sanders, J. Oswald. *Spiritual Leadership: Principles of Excellence for Every Believer*. Moody Publishers, 2007.